# Magkalaguyo

*at iba pang uri ng pagsinta*

**W. J. Manares et. al.**

**Ukiyoto Publishing**

All global publishing rights are held by

**Ukiyoto Publishing**

Published in 2023

Content Copyright © W. J. Manares et. al.

ISBN 9789360165024

*All rights reserved.*

*No part of this publication may be reproduced, transmitted, or stored in a retrieval system, in any form by any means, electronic, mechanical, photocopying, recording or otherwise, without the prior permission of the publisher.*

*The moral rights of the author have been asserted.*

*This is a work of fiction. Names, characters, businesses, places, events, locales, and incidents are either the products of the author's imagination or used in a fictitious manner. Any resemblance to actual persons, living or dead, or actual events is purely coincidental.*

*This book is sold subject to the condition that it shall not by way of trade or otherwise, be lent, resold, hired out or otherwise circulated, without the publisher's prior consent, in any form of binding or cover other than that in which it is published.*

www.ukiyoto.com

*Para sa may mga kakaibang uri ng pagmamahalan at pag-iibigan*

# Contents

| | |
|---|---|
| Pambungad Na Tula Ni Mawi | 1 |
| Marubdob Na Pagsuyo | 3 |
| Kailangan Ko Nang Tumigil | 5 |
| Dapit-Hapon | 9 |
| Pangako | 11 |
| Pusong | 12 |
| Dalangin Kita | 14 |
| Nahanap Na | 16 |
| Hatinggabing Diwa | 18 |
| Uso-Yoso | 19 |
| Bakasyon | 21 |
| Humahalik Sa Yapak | 24 |
| Dalampasigan | 27 |
| Marahuyo | 30 |
| Huwad | 31 |
| Bentaha | 32 |
| Panaginip | 35 |
| Pagsibol | 37 |
| Bituin Sa Malayo | 39 |
| Pinakamagandang Pagkakamali | 40 |
| Bihag | 43 |
| Alas Dos Y Media | 46 |
| Oo | 48 |

| | |
|---|---:|
| Sapantaha | 49 |
| Pangako Sa Unang Kasintahan | 51 |
| Salawahan | 54 |
| Kapwa | 55 |
| Kung Para Ka Talaga Sa'kin | 57 |
| Paglisan | 61 |
| Tagpuan | 63 |
| Diwata Sa Diwa | 65 |
| Ano Na Ang Nangyari | 67 |
| Magkalaguyo (Sa Lihim Na Tagpuan) | 69 |
| Pangwakas Na Tula Ni W. J. Manares | 74 |
| Nosibalasi | 75 |

# Pambungad Na Tula Ni Mawi

**Pagmamahal Sa Panitikan**

Yakap ang pangarap
Sa mundong napuno na ng lubak,
Umahon mula sa kalaliman
Upang tahakin ang daan ng kaligayahan,
Ngunit 'di pala madali
At lakas ay parating may bali,
Hinihilang pababa ang tali
Upang malubog ka nang parati.
Ito ang katotohanang kinamulatan,
Madilim at may kadamutan,
Pilit kang ibabagsak
Sa t'winang susubukan mong lumaban
Hanggang ika'y sumuko na lamang
At itigil na ang laban.
Ngunit ika'y nasalat
Sa gitna ng maalat na dagat,
Patuloy na humaharap sa laban
Gaya ng larawang bitbit ay liwanag sa daan

Na siyang gabay sa pabagsak na hagdan,
At nang patuloy pang lapitan
Ika'y higit na naunawaan,
Malalim na sugat na iyong tangan
Ay lakas sa patuloy mong paghakbang.
Mula sa tagpong ito, ika'y lubos na hinangaan,
Inaral at nalimutan nang kalimutan,
Bitbit kahit saan,
Maging ang aral mong matibay,
Na patuloy na nagbibigay-buhay
Sa yamang nilimot na ng kulay.

# Marubdob Na Pagsuyo

**W. J. Manares**

Ang sikat ng araw na sumasalamin sa mga luhaang mata na nakabukas at kumikislap,

Nagpalakas lalo sa kakaibang pakiramdam na mararamdaman lamang ng mga nabubuhay.

Ang lahat ay walang kabuluhan kung walang romansa, kailangan ko ang iyong titig, kusilap at sulyap,

Sayaw tayo, isa pang umaga, isa pang pagkakataon, hawakan mo ang aking kamay.


Sa mga singhot at paghinga, ang pag-ibig ay hindi kailanman nabigo, ito ay nagpapanatili sa katulad nating umaasa,

Sa labi, kung saan ang ligaw na pulot ay nais umagos, amoy-matamis na peras, isang musika na lihim.

Mabilis ang panahon, may pagkakataon na humahampas ang malambot na simoy ng hangin sa dalawang puso, magkasabay at kusang umapoy na,

Kahit dahan-dahang kumupas ang araw at ang pagsintang kulay-gatas ay nakaamoy ng mala-dagat na aroma bago magtakip-silim.

Mga bituin, nagniningning na katabi ang buwan, mga ilaw sa ating landas,

Isang mapang-akit na himig ang humihip sa atin, kabaligtaran ng pagmamaangmaangang hindi tumalab.

Sumisigaw habang nasa bingit ng halikan, nakaupo sa upuang gawa sa kahoy na matigas.

Ang init ng katawan - lumalala, dapat lamang na ibahagi, sa dilim, mga pusong nag-aalab.

# Kailangan Ko Nang Tumigil
## Jose

[Sinuksok ko ang aking bulsa at kinuha ang isang pakete ng yosi at lighter]

[Kumuha ng isang sigarilyo at sinindihan]

[Humipak]

Ang alaala mo ay kumakapit na parang amoy ng yosi sa aking hininga.

[Humipak ulit]

Ang iyong nakakapanatag na mata ay tumatagal na parang usok ng yosi sa aking hininga. Ang iyong mga ngiti ay nagbibigay-alaala kung gaano tayo kasaya noon.

[Binuga ang usok]

Ang iyong mapagmahal na mata ay pinapaalala ang iyong madamdamin na pagsinta. Ang iyong kaibig-ibig na ngiti ay pinapaalala kung gaano tayo kasaya noon.

[Binuga ang usok]

Paniguradong ikaw ang lahat ng nilalaman ng aking puso, hindi lang dahil hindi maihahambing ang isang milyong paglubog ng araw sa iyong kagandahan, kundi dahil din sa kung pina-iibig ang aking puso. Ito ay higit pa sa kung ano ang maaaring ipahayag ng mga salita, higit pa sa kung ano ang nilalaman ng puso.

[Humipak ulit, mga luha ay naiipon sa mga mata]

Naaalala ko kung paano tayo magkahawak-kamay at umindayog habang naglalakad tayo sa ating mga date, kung paano ka humalik sa aking pisngi, ang mga pabirong suntok na tumama sa aking braso, at ang paraan ng pagtawag mo sa pangalan ko.

[Binuga ang usok, isang luha ang tumakas mula sa mata]

Pero natatandaan ko rin kung paano mo siya tinawag na "babe" sa kabila ng pagsasama natin, ang pagsimangot mo sa halos lahat ng oras noong huling "date" natin, kung paano nawala ang nakakapanatag na hawak ng iyong kamay habang hawak mo ang akin, at kung paano nagbago ang pagtingin mo sa akin. May naramdaman akong hindi tama.

[Humipak ulit, kinukusot ang mata]

Ang iyong mga mensahe ay biglang naging malamig habang ang ating mga pag-uusap ay nagpapatuloy, na tumatagal ng ilang minuto sa pagitan upang magpadala ng tugon. Ito ba ay dahil sa sinabi ko? Mayroon ba akong ginawa? Natagpuan ko ang aking sarili at napagtanto na ang aking pagmamahal ay biglang hindi na nasusuklian.

[Binuga ang usok, hindi mapigilan ang pag-iyak]

Hinding-hindi ko makakalimutan ang umaga na naramdaman ko ang sumisigaw na pinaka-nakapanlulumong buntong-hininga sa buong buhay ko. Ayaw mo nang ipaglaban ang "tayo". Wala nang "Popoy" at "Basha". Kahit anong pilit mong mapasaya ka dahil sa kung gaano ako kahalaga sa iyo noon - na ako ang pinaka-"sweet" at "thoughtful" na lalaking nakilala mo, hindi nagbago ang katotohanang iniwan mo ako.

[Humipak ulit habang umiiyak]

Ang bango ng iyong buhok na dumikit sa aking balikat ay napalitan na ng umaalingasaw na amoy ng usok ng sigarilyo. Hindi na basa sa aking palad ang pawis ng iyong kamay. Ang mga daliring dating nakakabit sa iyo ay may hawak na ngayon na sigarilyo. Ang mga mata kong dati ay nakatitig sa iyong walang kapantay na kagandahan ngayon ay nakatitig sa kawalan ng gabi.

[Binuga ang usok, tila ay nauubo, pinahiran ang luha sa mata]

Ito na ang ika-132 na sigarilyo mula nang iniwan mo ako. Naalala ko kung paano ka nagalit noong una kang makakita ng sigarilyo sa pagitan ng mga daliri ko. Alam ko na kailangan kong itigil ang pagkagumon na ito.Kailangan kong ihinto ang pagkalunod sa mga iniisip tungkol sa iyo habang hinihipak ko ang bawat usok ng sigarilyo.

[Humipak ulit]

[Ang imahe niya ay biglang nakita sa langit, ngumingiti]

Kailangan ko nang itigil ang pag-alala kung gaanong ang iyong mapagmahal na mga mata ay tumingin sa akin. Kailangan ko nang itigil ang pananabik na hawakan ang iyong kamay. Kailangan ko nang itigil ang pag-"backread" sa ating mga pag-uusap tuwing gabi. Kailangan ko nang pigilan ang pag-amoy sa parteng balikat ng mga damit ko para lang maamoy ang kupas na halimuyak ng iyong buhok. Kailangan ko nang itigil ang pagdinig sa iyong boses sa aking isipan habang ako ay nakahiga sa gabi. Kailangan ko nang itigil ang pananabik sa iyong mga halik.

[Binuga ang usok]

[Tinapon ang ubos na sigarilyo]

[Tinapakan ang sigarilyo]

[Naglaho ang likhang imahe ni Basha]

Kailangan nang itigil ang pag-isip sa iyo.

# Dapit-Hapon

**Anj Orense**

Kakulay mo ang dapit-hapon noong araw na tayo'y magkahiwalay

Masyado tayong naniwala sa habambuhay

Sa pag-ibig na walang maliw, sa pagsasamang walang humpay

Kaya hindi natin mapatawad ang isa't isa kapag tayo'y nag-aaway

Ang paniniwalang kinapitan ng mahigpit ay unti-unti na sa'ting nawalay

Kakulay mo ang dapit-hapon

Bakas sayo ang lungkot ng bughaw,

Ang galit ng kahel,

Ang pagkalito ng dilaw

Pero hindi kita maipinta, mahal,

Hindi ko na kayang alalahanin ang mukhang sa'kin ay unang bumitaw.

## Magkalaguyo

Dumating na ang gabi, lumipas na ang ating araw
Mag-iingat ka sanang palagi
Tandaang maiisip pa rin kita sa aking bawat paggalaw
Nalunod man tayo sa alon,
Hindi man para sa atin itong panahon
Pagmamahalan natin ay di pa rin mauuwi sa pagkasawi
Dahil magpapasalamat pa rin ako sa ating pagkakataon

At paghilom ko, baka sakali,
Maipinta ko na rin ang ating dapit-hapon
Ang kapayapaan ng bughaw,
Liwanag ng kahel,
Ligaya ng dilaw,
At lahat ng alaala
Na minsan sa buhay ko ay nagkaroon ng isang Ikaw.

# Pangako

### DripDripDrop

Hanggang sa dulo ng walang hanggan
Tayo ay magmamahalan
Walang maiiwan at walang mang-iiwan
Iyan ang ating pangako sa isa't isa

Lumipas ng ilang araw, linggo at taon
Ang pag-ibig natin ay hindi naglalaho
Sabay tayong nahulog
Sabay tayong nalunod

"Mahal kita"
Sa dalawang salita, alam ko hindi kasya
Dahil ang nararamdaman ko para sa'yo
Tunay na walang hanggan

# Pusong

**W. J. Manares**

Kailangan kong hawakan ang iyong mabuhok na bahagi,
Kakangkangin ka araw-araw sa bawat sandali.
Kailangan kong pisilin ang iyong katambukan,
Upang ang mga sarili natin ay masiyahan.

Kailangan mong tanggapin ang aking katigasan,
Hatid ko sa'yo ay tunay na kaligayahan.
Dapat kang mapuno ng kakanggata,
Huwag pigilan ang iyong kaloob-looban, ika'y magpaubaya.

Ramdam ng kamay ko ang tumitibok mong dibdib,
Nalasap ng dila ang tamis ng pasas na kaibig-ibig.
Kailangan ko nang inumin ang iyong sabaw,
At sipsipin ang diwa mong nag-uumapaw.

Hindi na mapigil ang pagpulandit ng malakas,
Habang ang maumbok mong utak ay aking nilalamas.
Hintayin mo nawa ang pagbakat ng aking palaso,
Magniniig tayo hanggang dulo, O, aking Payaso!

# Dalangin Kita

**Nicz Rubia**

O, kaysarap pagmasdan, bughaw na kalangitan
Sa dinami-dami, ng aking pinagdaanan
Isang paraiso, ang siyang natagpuan.
Mga ibong malaya, umaawit sa tuwa
Isang himig na handog, sa mundong payapa.

Sa lilim ng araw, may ako at ikaw.
Mga puno't dahon, sa atin ay sumasayaw,
Sumang-ayon nga ang tadhana sa ating paggalaw,
At ngayon ay natamasa ang pag-ibig na inakalang lumisan na
Pero sa dulo, naghihintay pa rin pala.

Kung ito man ay panaginip, ayoko nang magising.
Sana ay panghabang-buhay ang mga yakap sa iyong piling.
Sa ilalim ng kalawakan, ito ang palaging hiling.
Hinintay ng napakatagal na panahon,
Binigay sa tamang pagkakataon.

Tiningala kong muli ang langit.
Huminga ng malalim, ninamnam ang bawat saglit.
Mga ngiti sa labi, O, kaysarap ipinta.
At nang iminulat ang aking mga mata,
Ikaw lamang, ang siyang unang nakita.

Unti-unting tumulo ang ating mga luha,
Isang napakatamis at makabuluhang tula.
Agad kong isinulat ang bawat kataga.
Dalangin kita, sa bawat iyak at sakit,
Ikaw ang natatanging ngiti, sa mundong mapait.

# Nahanap Na

**DripDripDrop**

Naramdaman mo na ba
'Yung parte mo na kulang?
Ngayon hindi ka kumpleto

Bagama't ito ay nawawala
Ito ay nasa dulo ng iyong dila
Malapit lang pero malayo pa

Parang hindi mo mahanap
Ang nawawalang bahagi na gusto mo
Nag-iisip ng walang katapusan

Paano mo mahahanap?
Isang bagay na may mataas na kahalagahan
Gagawin kang kumpleto

At pagkatapos, iyon pala
Ako ang nawawalang bahagi na hinahanap mo
Pinupuno ang kulang mo

Bilang iyong nawawalang bahagi
Gagawin kong lakas ang iyong kahinaan
Habang gagawin mo naman ang akin

Magkatabi tayo
Nahanap mo ako gaya ng pagkahanap ko sa'yo
Magkasama, buo tayo

# Hatinggabing Diwa

**Bella Gracela**

Nakaupo sa paanan ng kama.

Nakatingin sa mga bituin at buwan.

Naglalaro ang iba't ibang pagsisisi sa isipan.

Tanging mukha mo lamang ang gustong masilayan.

Hatinggabi na naman at gising pa ang aking diwa.

Sinasariwa ang mga araw na tayo ay masaya't maligaya.

Binabalikan ang mga ngiting hindi mapawi sa tuwing tayo'y nagtatalik.

Mga tawa't halakhak pagkatapos ng bawat matatamis na halik.

Narito na naman ang mga araw na ako'y ginugunita ng pangungulila.

Hatinggabi na at ikaw ay inaalala.

Hahayaang malunod sa tulog at ipagpapatuloy ang mga sandaling sana'y ikaw ay kasama.

Muling babalikan at bibigyan ng kahulugan ang pag-ibig na hindi na nabigyan ng maayos na paalam.

# Uso-Yoso

## W. J. Manares

Nasubukan mo na rin bang dilaan ang ipinagbabawal na hiwa?

Humalik ka na rin ba sa tumbong na nakanganga ng bahagya?

Nakalanghap ka na rin ba ng matamis na amoy mula sa isang panty na may panghing likas?

Ninamnam mo na rin ba ang katas mula sa mahiwagang butas?


Nakarinig ka na ba ng bumabagsak na ihi mula sa bulaklak?

Natakam ka na rin bang kainin ang pagkababae ng ginang na mahalimuyak?

Hindi mo ba hinahayaang dumaloy sa hita ang protinang dala ng kalaswaan?

Agad mo ba itong nilalantakan upang hindi masayang?

Itinusok mo na rin ba ang dila mo sa nagbabagang balon?

Nakanti na rin ba ng mayabong na buhok ang iyong ilong?

Humihigop ka ba ng salungguhit na tila wala ng bukas?

Bumuga ka na ba sa loob ng nagmumurang mansanas?

# Bakasyon

### Anj Orense

Lahat ng tao ay nagbabakasyon sa piling ng isa't isa.

Darating para umalis lang rin pala

At kahit gaano ka pa naging masaya,

Aminin man natin o hindi, ipagpapalit mo pa rin ang paraiso para sa gulo ng Maynila.


Ikaw at ako ay nagbabakasyon,

Napadaan lang dahil nagkataon

Nagkataon na nakilala ka pero pustahan, hindi mo ako matitiis sa mga susunod na taon.

Mawawala rin ang kinang ng kahapon,

Magsasawa ka rin sa kapayakan ng nayon,

At maghahanap ka rin ng ibang lugar, gaya ng mga dating dayo.

Papasok ka sa inihanda kong kwarto, at matutuwa dahil para sa iyo ito'y bago.

Hindi mo iindahin ang mga natuklap na pintura,

Hindi mo papansinin ang mga kalat sa mesa

Bubuksan mo ang bintana, hahawiin ang kurtina

At matutuwa sa liwanag na dala ng umaga.

Pero gaya ng ibang turista,

Masisilaw ka rin sa liwanag na dating ikinatutuwa

Maghahanap ka rin ng bago sa mesa

Tititigan mo ang kwarto at maiisip mo, "Wala na bang iba?"

Wala namang bago, maiiwan na naman ang nananahimik na isla.

Kung aalis ka na, may isa lang akong ipapakiusap

Sa'yong pag-alis, ikandado mo ang pinto

Ipaanod mo sa dagat ang susi

O hindi kaya't ibaon mo sa buhangin

Gawin mong pasalubong ang mga alaala;

Kung paanong hinawi ng hangin ang kulot ng aking buhok,

Gaya ng mga alon sa dagat na minsan mong kinagiliwan

Kung paanong dati ay natunaw ka sa aking ngiti,
Na para bang nagbabad ka sa araw
Hindi ako ang tahanan mo at alam ko 'yon
Pero sana hindi mo makalimutan, na minsan sa'king piling ay masaya kang nagbakasyon.

# Humahalik Sa Yapak

**Nicz Rubia**

Isang gabing kulay itim ang paligid
Merong ilaw ng lente sa gitna ng kawalan
Tila ba isang bituin na hindi magpapatinag
Kumikinang-kinang at nakakabighani,
O, anong misteryo ang bumabalot sa anino ng isang babae?


Habang ako ay kinikitilan ng pag-asang makakaahon pa sa nabigong pangarap,
Tila ito ay senyales na sa akin ay magbibigay lakas na hindi pa huli ang lahat.
O, anong misteryong meron ka? Magpakita sa akin at nang ika'y makilala.


Dahan-dahan akong lumapit sa kaniyang kinaroroonan.
At habang papalapit, ay unti-unti ko ring napakikinggan ang ingay ng paligid.
Sinalubong ako ng hindi mabilang na mga tao
Tila isang mahiwagang pagdiriwang na hindi ako imbitado.

O, anong misteryo ang nagaganap dito!

Pakisampal ako, sapagkat tila hindi totoo.

Ang babae sa anino, at ang matagal kong dinadambana

Ngayon ay nasa aking harapan, at malapitang nakikita.

Parang isang katakata, ang puso'y abot langit ang tuwa!

Bumungad na nga ang musika

Hatid ng isang napakarilag na melodiya

Tila tumigil ang mundo, pumintig muli ang aking puso.

Nang siya ay lumapit, yumakap ng mahigpit,

Hindi na bumitaw, bawat minuto ay sinulit.

Nalunok ang mga taltalang "hindi na iibig pang muli"

Ngayon ay hindi na makasingaw sa pagdampi ng kaniyang labi

Hindi umaklas, hindi nag-atubili

Ngunit kataka-taka kung ba't ako ang pinili.

Sa mga sandaling kami ang lunduyan ng pantawag-pansin,

Sa aking pagkurap ako ay nahimasmasan.

Balintunang bungantulog, ako tuloy ay natawag na basag ang pula

Humahalik sa yapak ng dilag na mariposa.


Ngunit gayunman, ang aking lunggati ay mas naging batibot

Ipagpapatuloy ang tinig ng pangarap na naudlot

Siya ang bituing aking tinitingala

Baka sa pagsulat ng awit, siya ay mapahanga

Walang imposible sa taong may tiyaga.

Lahat mangyayari kung ipagkakaloob ng tadhana.

# Dalampasigan

**Jose**

Gusto kong makasama ka sa dalampasigan

At damhin ang ating pagsasama habang dumadaloy ang oras sa ating kwentuhan

Habang ang buwan ay sumasalamin sa iyong kumikinang na mga mata

Pag-uusapan natin ang mga kalokohang ginawa natin noong tayo ay mga bata pa

O maaari din nating tawanan ang ating mga katarantaduhang pinaggagawa sa buong buhay natin


At gusto kong makitang lumiwanag ang iyong mga mata

At ibahagi ang mga bagay na iyong pinanghahawakan

At naroon lang ako, nakatitig sayo na parang tanga

Hinahangaan ang iyong kagandahan habang ako'y nakangiti sa loob-loob ko at nakikinig

Tapos binuhusan mo ng tubig ang mukha ko

At sinabi, "Nakikinig ka ba?"

Sa sandaling iyon ay hindi ko mahanap ang mga salitang sasabihin

Pagkatapos ay bigla kitang binuhat at mapaglaro kitang hinulog sa tubig

Ang mga alon bilang saksi natin habang pinapanood nila tayo

Habang naglalaro na parang mga bata sa nakakapanabik na sandaling ito


At gusto kong makita ang iyong ngiti na mas kumikinang

Mas kumikinang kaysa sa bituin sa gabi

At naroon lang tayo, pinag-isa ang mga puso


Pagkatapos ay hahalikan kita nang panakaw sa sandaling itinuro mo ang kabilugan ng buwan

At itutulak ako palayo habang pilit mong tinatago ang ngiti sa iyong mukha

Humiga sa buhangin at mamangha sa mga bituin

Habang sinusubukan kong hanapin ang ating mga pangalan sa kalangitan ng gabi

At sa sandaling iyon ay napagtanto ko na ang pinakamakinang na tala mismo ay nasa tabi ko

Binubuksan ang puso niya sa akin habang nakapatong ang ulo niya sa balikat ko

At ngumiti lang ako nang hindi niya nakikita


Nagtataka kung ano ang ginawa ko upang maging karapat-dapat sa isang sandali na tulad nito

Isang sandali na kasama ka na hindi mapapantayan ng iba

Pagkatapos ay gigisingin kita habang lumilipad ang isang bulalakaw

Nananabik na tinanong kung ano ang kahilingan mo

At pinipigilan mo ang gusto mong sabihin

Habang pareho tayong nakatitig sa mata ng isa't isa

Bigla mo na lang akong hinalikan sa pisngi

Bumibilis ang tibok ng puso ko sa galak


Habang nakikita kong nginiti mo ang pinakamagandang ngiti na nakita ko sa buong buhay ko

At binulong mo,

"Ungas"

At kahit hindi ko na sabihin sa iyo, ang kahilingan ko ay nagkatotoo sa sandaling iyon

"Ang iyong kasiyahan"

# Marahuyo

**BlancNoir**

Pahintulutan mong ibahagi ko ang isang kwento

Tungkol sa pag-ibig ni Luna at Okeanos na lubhang taimtim. Sapagkat bawat kuwento'y laging tungkol sa pagmamahalan ni Sol at Luna.

Pahintulutan mong isalaysay ko kung paano umahon ang karagatan sa gabi, at tanging sa gabi lamang,

Upang abutin ang buwan na nais niyang makuha at mahagkan

Pahintulutan mong ibahagi ko kung paano ang dagat ay nakakita ng maraming kagandahan sa buwan

Na siya'y naglagay ng salamin upang ipakita ang lawak ng kagandahan na nagmumula sa kanyang minamahal.

At marahil ngang si Luna ay hindi napamahal sa panandaliang kagandahan ng daigdig na inilalarawan ni Sol,

Ngunit nahulog ito sa pag-ibig ni Okeanos na kailanman ay hindi napapagod sa pagsusumikap na ipahayag ang kanyang pagmamahal.

# Huwad

**Mawi**

Mala-rosas, may tapang at matatag
Iyan ang pagsintang naramdaman
Sa mahabang panaho'y kinapitan
At umasang altar ang hantungan
Ngunit bakit nagsanga-sanga ang daan
Habang tinatahak ang katotohanan
Ito ba ang tunay na kulay
Ng pangakong pagsintang tunay?
Madilim at 'di maramdaman,
Malabo at walang katiyakan
Tila ba ilog na 'di malaman ang paroroonan
At paghimig ay sa dilim na lamang.

# Bentaha

**W. J. Manares**

Seryoso ako, tumugtog kami sa isang dogshow. At doon ko na-meet ang isang magandang babae na ang pangalan ay Fifra Ray.

Tuwang-tuwa siya sa akin kasi nag-co-compose ako at naggigitara. Gustong-gusto niya ang mga awitin namin lalung-lalo na kapag ka-duet ko na ang kasama kong isa ring sikat na singer.

Big fan pala namin si Fifra Ray. Sa katunayan ay halos memorized niya ang mga song namin.

SAMPLE, SAMPLE... At kinanta nga niya ang ilan dito.

Sabi niya sa akin ay nag-aaral daw siyang mag-bass guitar at gusto niyang sumali sa banda namin someday.

May mga isinulat din pala siyang kanta. Ipinarinig niya sa akin... Magaganda yung mga kanta niya (hindi ko nga lang matandaan ang mga tono, parang Michelle Branch ang style na parang Slayyyter), medyo pa-cute!

Laking gulat ko dahil kahit maraming tao sa venue ay ipinahipo niya sa akin ang dede niya. Ako naman ay parang timang... Hindi nakapagpigil! NANGGIGIL....

Lamutak dito, lamutak doon. Halos madurog na ang nipples niya sa kakapisil ko. Nyahaha!

Hanggang sa nahuli kami ng girlfriend ko. Naglaho na lang bigla si Fifra Ray sa crowd at umuwi na rin kami ng mga kabanda ko.

Super sad boy ako afterwards so sinearch ko sa FB si Fifra Ray. Ngunit ang lumabas ay si Bianca Alcantara. Creepy! Kasi magkamukha silang dalawa.

Ilang taon ang lumipas, may isang concert na magaganap sa kabilang bayan. Reggae band na ang pangalan ay Lucky Adobe.

Nanood kami ni girlfriend.

At nagsimula na nga ang tugtugan. BENTANG-BENTA!

Kinilabutan ako dahil tila narinig ko na ang mga kanta nila. Tinitigan kong mabuti ang vocalist at hindi ako nagkamali... Si Fifra Ray iyon!

After the concert, tumungo ako sa backstage at naki-usap sa mga kasamahan niya na nais kong makausap ang singer nila, pinaunlakan naman nila ang request ko. At nagmeet nga kaming muli ni Fifra Ray... Face to face!

Sa tagal ng aming pag-uusap ay nagalit si girlfriend at iniwanan niya ako. Umuwi siyang mag-isa. Nagwalang-kibo na lang ako at nagpatuloy sa pakikipagsalamuha sa na-miss kong babae.

At hindi nga nagtagal ay ipinahawak niyang muli ang kanyang boobs sa akin na hindi ko lang pinisil at piniga-piga, nilantakan ko pa!

ALAM NA THIS...

May nangyari sa amin ni Fifra Ray!

Nagising na lang akong nakabalot ng kumot ang hubad kong katawan. Katabi ko si Fifra Ray. Naaaninag ko ang kanyang kahubdan.

Muli akong natakam...

Hindi na ako nag-atubiling mahawakan siyang muli. Ayaw ko na ang dibdib niya lang ang aking mahipo. Nais kong mapadaanan ng aking mga malilikot na kamay ang bandang ibaba. Gusto kong makapa at mahimas ang kanyang bulaklak. At doon ako nagulantang...

Kasi ang bulaklak ni Fifra Ray ay isang chicharon! Hindi lang pangkaraniwang chicharong bulaklak... Kundi isa itong malutong na buntot!

Wala na akong pakialam sa mga oras na iyon. Napaibig na ako kay Fifra Ray. Isang bentaha ang makaniig siya!

# Panaginip

**Bella Gracela**

Nariyan ka sa mga panahong gusto kong mapag-isa.
Tila ba alam mo kung kailan ko kailangan ng makakasama.
Isa kang matalik na kaibigan na aking hindi inaasahan.
Sa pamamagitan ng Facebook tayo ay nagkakilala.

Makalipas ang ilang buwan ako'y kusang lumisan.
Maaaring ikaw din ay nagtaka at nagulat.
Maging ako rin ay hindi iyon inasahan.
Sapagkat alam kong ako'y umiibig na.

Sinubukan kong pigilan ang takot na masaktan.
Bumalik ngunit ako'y huli na.
Mayroon ka ng kasintahan na hindi ka iniwan.
Binigyan ng pangako at singsing sa aking harapan.

Magpapatuloy pa din ang ating kuwento sa aking panaginip.

Bibigyan ng magandang senaryo sa bawat halinghingan.

Magkakaroon ng happy ending na hindi inaasahan.

Pipiliting hindi magising mula sa katotohanan na ang ating ibigan ay nabuo lamang sa imahinasyon at ideya.

# Pagsibol

**Nicz Rubia**

Sa isang hardin, habang ako'y naglalakad-lakad,
Makukulay na paruparo ang sa akin ay bumungad.
Katulad ng mga bulaklak, tila ba ako ay namukadkad
Nang dumapo ang isang maliit na nilalang sa aking mga palad.

Habang unti-unti nitong binuklad ang kaygandang pakpak
Aking sinundan ang kanyang paglipad.
Dahan-dahan, paikot-ikot
Ako'y ipinasyal sa hardin na kaylungkot.

Di ko mawari kung bakit biglang naging kabado,
Itong puso ko, na kanina nama'y kalmado.
Habang tumatagal, bumibilis ang pagtibok
Natagpuan ang sariling napahinto sa isang sulok.

Paruparo sa tiyan, sa una lang naramdaman.
Halimuyak ng bulaklak, ako'y biglang napaiyak.
Sa matatamis na salita, ako ay nagtiwala,
Tila ba pinaglaruan lamang ako ng tadhana.

Ito na pala ang dulo, nakita ko na ang wakas.
Ano na'ng naghihintay sa panibagong bukas?
Isang paruparo, na sa akin ay nagpamalas,
Mapait na katotohanan sa akin ay itinuklas.

Mabuti nang wala, kesa mali.
Isang pag-ibig, na hindi naikubli.
Tuluyan na ngang lumisan, sa hardin nasaksihan.
Sa pagbuo ng kuwento, ako ang naiwan.

At sa pagsibol ng mga bulaklak,
Sa parehong hardin, ako ay nagalak.
Ito ang panibagong simula sa natapos na istorya.
Ako ay magpapatuloy sa panibagong kabanata.

# Bituin Sa Malayo

**DripDripDrop**

Sana alam ko
Sana sinabi mo
Sana pinaalam mo
Na wala na palang pag-asa
Na walang paghihintayan
Ako lang ang naging tanga sa huli
Pero kahit anong sabihin ng iba
Lahat ng ginawa ko ay para sayo
Hindi ako nagsisisi
Dahil totoo na minahal kita
Hanggang dito na lang ako
Titingin sayo sa malayo
Pagmamahal ko ay husto
Kahit iba na ang iyong gusto

# Pinakamagandang Pagkakamali

**Jose**

Lagi kitang iniisip
Iniisip mo ba ako?
Gusto kong magmahal ng panibago
Kahit alam kong ikaw pa rin
Gustong iwaksi ang sumpang ito
Bakit kailangan ikaw ang una ko?
Bakit hindi ikaw ang una at huli ko?

Ikaw ang aking pinakamagandang pagkakamali
Ang dahilan ng sakit ng puso ko
Ang paborito kong sakit
Na nakakabaliw
Sa kabila ng sakit
Mahal pa ring lubos

Natandaan mo noong sinabi mo
Na mamahalin mo ako hanggang dulo?
Na ang ating pagmamahalan ay walang hanggan
Ang perpektong kasiyahang nakatadhana
Ngunit ang iyong pag-ibig ay naglaho
Masakit na hindi ka nanatili
Bakit hindi ka maaaring manatili?

Ikaw ang aking pinakamagandang pagkakamali
Bakit sa paglisan ika'y nagmadali?
Ang paborito kong sakit
Kahit ang ginawa mo'y mapanakit
Sa kabila ng sakit
Mahal pa ring lubos

Ikaw ang aking awit sa lahat ng panahon
Ang dahilan ng lahat ng dahilan
Ang bituin ko sa langit
Ang pinakamasakit na paalam
Sa kabila ng kasinungalingan mo na nakakubli sa pag-ibig
Hindi mamamatay ang pagmamahal ko sa'yo

Walang katapusan, isang tahimik na pabulong na sigaw

Ang mantsa sa kawalang-kasalanan ng isang kaluluwa na ngayon ay tuyo na

Kalungkutan na lumilipad na parang paruparong nagdadalamhati

Dati'y pinapailaw at pinalipad mo ang puso ko

Nag-alab ang pasyon na parang walang salabid

Ngunit parang lason sa ating mga ugat

Ang ating pag-ibig ay kailangang sumuko at mamatay

Ngayon ay para akong nag-iisang bituin sa kalangitan ng hatinggabi

Habangbuhay magsisisi sa nakaraan at nagluluksa kung bakit

Ikaw ang aking pinakamagandang pagkakamali

# Bihag

**W. J. Manares**

"Sa wakas ay nakita ko na rin ang iyong iniingat-ingatan! Maaari ko na ngayong itusok ang aking balaraw! Tiyak na duduguin ka sa araw na ito!" Sabi ng nakangising si Datu Tarub.

"M-maawa po kayo sa a-akin, M-Mahal na Da-Datu... D-daliriin n'yo na l-lang po ako hanggang sa r-rurok ng k-kaluwalhatian..." Pagmamakaawa ng nahuli nilang dalaga sa Isla Yalaham.

"Aba, hindi iyan maaari, babae!" Mahigpit na pagtanggi ng Datu. "Ang nais ko ngayon ay habang ibinabaon ko ng malalim sa kaibuturan ng Kuwebang Tabon ang aking sandata ay bubungkalin ko ang magkabilang bundok ng Susong Dalaga!" Matalinhaga niyang pagpapatuloy.

"M-may mungkahi po s-sana ako, M-Magiting na D-Datu Tar-Tarub... Kung p-papayagan po ninyo a-ako..." May takot sa boses ng babae. "M-mabilisan ko na lang po s-sanang hahagurin ang inyong s-sibat upang ito'y k-kumintab ng h-husto... Sana p-po ay m-mabigyan ko kayo ng k-kasiyahan mula sa a-aking m-maseselang mga k-kamay..." Paliwanag ng bihag habang nakasadlak sa harapan ng Datu.

"Mukhang mainam nga iyan, babae! Ngunit teka muna... Didilaan mo ba ang aking bumbunan habang ginagawa mo 'yan?" Tanong ni Datu Tarub.

"O-opo, o-opo!" Mabilis na sagot ng dalaga.

"Ngayon ay nalulunod na ako sa pagnanasa, babae... Kailangan kong makarating na kaagad sa Bundok Apo! Kumilos ka na!" Sigaw ng nalilibugang Datu.

Napapa-ungol si Datu Tarub sa bawat pagtaas at pagbaba ng kamay ng bihag na dalaga. Nanginginig ang kanyang matipunong katawan. Lalung-lalo na noong pinadaanan ng dila ng babaeng bihag ang talim ng kanyang armas-pandigma.

"Aaaaaahhhhhh! Oooooohhhhhh!" Tila Sigaw ng Balintawak at Pugad-Lawin ang maririnig mula sa lihim na silid. Umaangat sa pagkakaupo sa trono si Datu Tarub dahil sa ginawang pagpiga-pisil ng dalaga.

"Hinding-hindi ako titigil sa paghagod sa inyong matikas na setro, Mahal na Datu! Paliguan po ninyo ako ng biyaya! Hayaan po ninyong makamit ko ang kakanggata!" Mga salita ng dalaga na tila baga isang mahiwagang dasal upang mapalaya. At pagkatapos nito ay isinubo na ng bihag ang matigas na punyal ni Datu Tarub.

Pagkalipas ng ilang sandali ay malayang sumabog ang Bulkang Mayon at natamaan ng malapot na asupre mula sa Pinatubo ang maamong mukha ng babae. Kaagad naman niyang hinimod ang nalalabing hamog sa Kanlaon.

Napasinghap si Datu Tarub at biglang sinabi sa dalaga, "Katas iyon ng tunay na pagsinta! Nawa'y nagustuhan mo ang lasa ng aking pulut-pukyutan!

Nag-uumapaw ang aking kaligayahan, dalaga... Kung kaya't napagtanto ko na..."

"Mahal na Datu, s-sabihin po ninyo... N-nais po ba ninyong ako ay p-palayain? O b-baka naman po... N-nais ninyo akong maging a-asawa? Sabihin po ninyo sa akin, Maibiging Datu..." Nananabik na usal ng bihag.

"Makinig kang mabuti, bihag...

Napagtanto ko na...

Gagawin kitang...

Isa sa aking mga parausan!

Bwahahaha!

Kung sa wika pa ng mga dayuhan ay...

Sex Slave!

Nyahahaha..."

At iyon ang naging desisyon ng Datu habang nilalapirot ang pasas at mani ng dalaga.

# Alas Dos Y Media

**Bella Gracela**

Nakatitig na naman ako sa aking telepono.

Naghihintay ng notipikasyon mula sa iyo, na may pangalan mo

Hinihiling na sana'y ako ay iyong muling maalala.

Pasado alas dose na, ika'y tumawag.

Bakas sa iyong boses ang pananabik.

Kaya't napapangiti na lamang ako't minsan lang kung umimik.

Gabi-gabi na lamang ganito ang ating senaryo.

Nag-uusap gamit ang telepono dahil tayo ay magkalayo.

Umaabot tayo ng alas dos y media sa pagkukuwentuhan.

Mga pangyayari sa ating buhay na sana'y ikaw ang aking kasama.

Mahahawakan ang kamay at mayayakap ng mahigpit.

Mahahagkan ang mga labi at kasamang manonood ng sine.

Tanging hiling sa bituin pagsapit ng alas dose.

Tayo'y pagtagpuin mula sa Mindanao patungong Luzon.

Huwag sanang ipagdamot ng tadhana ang pag-ibig na ating binuo.

Mula sa dalawang magkalayong puso tayo ay pinagtagpo ng telepono.

# Oo

**DripDripDrop**

Magkaibigan
D'yan lahat nagsimula
Tingin ay iba na

Puwedeng manligaw?
Pumayag ka hanggang sa
Naging tayo na

Saya at lungkot
Lumipas ang panahon
Ako'y lumuhod

Itatanong sayo
Habang napapaluha ka
"Will you marry me?"

# Sapantaha

**Nicz Rubia**

Sabi nila, ang tunay na pag-ibig ay hindi hinahanap
Ito ay makapaghihintay at hindi mapagpanggap
Matatag ano mang hirap, ito'y hinaharap
Ang pag-ibig ay sagot sa panalangin at siyang pinapangarap.

Iba't ibang opinyon at bukambibig
Ngunit umiikot lamang patungkol sa pag-ibig.
Ano nga ba ang alam mo sa pagmamahal?
Sa mundong ito ay marami ang kailangang isugal.
Tsokolate at bulaklak, sapat na ba?
Sa matatamis na salita ay agad na nagpabihag ka.
Sa kaakit-akit na laman, ikaw ay naging mahina,
Sa pera naman ay nagpa-alila
Nagpadala sa tukso kaya't ngayon ay lumuluha.

'Wag magpadalus-dalos at magmadali,
Sapagkat sa laro ng tadhana baka ikaw ay mag-atubili.
Sa konsepto ng pag-ibig ay marami ang nagkakamali
Basta't gwapo o maganda, kaagad na pinipili
Hindi na nagpakipot, kaagad na nagpakiliti
Kaya't marami ang nasasaktan at mga pusong sawi.

# Pangako Sa Unang Kasintahan

**Jose**

Para sa magiging unang kasintahan ko:

Ng buong katapatan

Pinagdarasal ko na hindi na matapos ang pagmamahalan natin

Nawa'y ikaw ang aking kasiyahang tadhana

Sa panahong puno ng kaguluhan at kalungkutan

Magliliyab ang ating mga puso

At tayo ang magiging kaagapay ng isa't isa

Ang kislap sa iyong mga mata ang magiging tahanan ko

At ang aking pag-ibig ay para sa iyo lamang

Hahalikan kita kahit sa mga araw na ang mukha mo'y puno ng tigyawat

Yayakapin kita nang mahigpit sa kabila ng kasawian sa buhay

Hahawakan ko palagi ang iyong kamay sa paglalakbay ng ating pag-ibig

Lulunurin kita ng pagmamahal sa mga sandali na pagod ka na

Iintindihin kita lalo kapag tinotoyo ka

Susuyuin kita sa mga araw na parang ayaw mo na

At mamahalin kita hanggang sa ating pagtanda


Isasabuhay ang pag-irog sa'yo kahit sa maliliit na paraan

Aalagaan kita sa mga araw na ika'y may sakit

Ipaglalaba kita kahit bra at panty mo pa

Yayakapin kita mula sa likod habang ika'y naghuhugas ng pinggan

Patatawanin ka pag paiyak ka na

Hahalikan sa paggising sa umaga kahit mabaho ang iyong hininga

At magiging masaya tayo sa sarili nating mundo

Na sumasayaw sa kusina habang nagluluto at may kaibig-ibig na tugtog

Para sa magiging unang kasintahan ko:
Sana'y makarating ito sa'yo
Alam kong naandiyan ka
At alam ko na isa kang kaloob ng Diyos para sa akin

# Salawahan

**Bella Gracela**

Nakahiga at nakatitig sa iyong larawan.

Naalala ko ang mga sandaling ako'y iyong niroromansa.

Hinahawakan ang bewang at yayapusin ng mahigpit.

Mag-iiwan ng kiss mark sa iyong paboritong parte ng aking katawan.

Mga oras na labi mo ang aking libangan.

Maging ang dalawang bundok ko ay iyong pahingahan.


Ngayon tuluyan na akong lumuha.

Naalala na ako'y iyong babae lamang.

Pinupuntahan sa tuwing pagod at may problema.

Minsan mo din namang pinadama ang iyong pagmamahal.

Sa mga panahon na ako'y nangangailangan ng iyong atensyon.

Mga panahong sa'yo ako nakatingala at nakikinig ng leksyon.

Ngayon tayo ay nagising, sa kasalanang ating niyakap at binalingan

Salawahan kung tawagin.

# Kapwa

**W. J. Manares**

Isang mainit na hapon, lumabas kami ng classroom. May napadaang isang magandang estudyante... AMOY-PAWIS!

Malamang, mamasa-masa ang underwear niya ngayon, medyo moist at puno ng matamis na katas, na bet na bet ko. Sana'y makilala ko siya... Naku, nevermind na lang, makauwi na nga!

Nang gabing iyon, namasyal ako sa park. Napansin kong nandoon ang estudyanteng kinagigiliwan ko. Napatingin ako sa kanya... Gorgeous talaga!

Bakit kaya patungo siya sa madilim na bahagi ng pook-pasyalan?

Nagtataka man ay sinundan ko siya. Nagpatuloy ako sa pagbuntot sa kanya.

"Hoy, alam kong kanina mo pa ako sinusundan," nabigla ako sa kanyang sinabi. "Stalker ka, noh?"

"Hindi, ah!" Mariin kong tanggi.

"It's weird pero parang gusto ko ang style mo!" May kakaibang saya sa mukha niya.

Bigla na namang uminit sa sandaling iyon. Naparam ang lamig sa aking bumbunan... Ang babaeng ito ay isang hulog ng langit!

Dahan-dahan kaming nagkalapit. Nagkasuyuan, naglambingan... At naramdaman ko na lang ang dila niya na naglulumikot na sa pinaka-ulo ng aking pagkalalaki.

Sobrang saya ko! IT'S A BLESSING!

Sa tagpong iyon, napatunayan ko ang sinabi sa horoscope na isa akong masuwerteng nilalang. Nagpatuloy siya sa pagkain sa akin... BJ na tila walang katapusan!

At dahil sa pagsagi ng kanyang brace sa maselan kong bahagi ay mabilis akong nilabasan. Natalsikan pa nga ang kanyang mahabang buhok!

Habang sinasaid niya ang mala-sipon na hamog mula sa kaibuturan ng aking pagkatao ay may napansin ako...

Doon lamang ako nahimasmasan!

Nilalaro niya rin pala ang kanyang alaga na mas matapang pa kaysa sa aking dala-dala!

Wala na akong nagawa hanggang sa naiwan na lang akong mag-isa sa park.

"Salamat, Bro!" Ang huling sambit ng aking kapwa habang pinupunasan niya ang malansa niyang mukha.

# Kung Para Ka Talaga Sa'kin

**Anj Orense**

Kung para ka talaga sa'kin,

Ibabalik ka N'ya sa'kin

Hindi na natin kailangan pilitin,

Dahil kung ikaw talaga, ang mga panalangin ko ay Kanyang didinggin.

Kung para ka talaga sa'kin,

Magkakasaysay ang lahat ng luha

Ang lahat ng pagtataka

Kung bakit N'ya hinayaang tayo ay magkakilala

Tayo ay pagtagpuin, para paghiwalayin, para ibalik sa landas ng isa't isa,

Para paghiwalayin lang ulit pala

Kung para ka talaga sa'kin,
Balang araw, tayong dalawa
Ay magsisilbi sa Kanya
Iibigin S'ya ng buong puso, at wala nang sapilitan pa
Siya ang nasa gitna, ang dulo at simula
Siya rin ang dahilan kung bakit tayong dalawa ay magiging isa
At sa mga puso natin ay walang duda, na ito na nga ay tama.

Mahal, alam mo bang napakaganda,
Pero napakalungkot ng mga mata mo?
Aaminin ko, na hindi ako kuntento
Na ginusto nga kitang magbago
Ginusto ko na maging rason ng 'yong saya
Pero alam kong, kung gusto kitang maging maligaya
Hindi ko 'yun kakayaning mag-isa
Kaya nga inilalapit kita sa Kanya
Pero patawad, kung pakiramdam mo na minahal kita para lang manipulahin
At kung pakiramdam mo ay pinaasa lang kita
Dahil ginusto kong maramdaman mo ang tunay na pag-ibig N'ya
Pero tumatakbo ka,

Kung ang ninais ko lang ay mas makilala mo S'ya

Pero para sa'yo, nakakasakal ang ipinakita kong pagsinta.

Kung 'di totoong pag-ibig ang mangarap na makasama ka sa paglilingkod sa Kanya,

Baka nga 'di kita minahal, baka nga 'di talaga kita minahal, Sinta.

Ang magagawa ko na lang, humiling sa langit ng isa pang himala

At sa pagdating ng tama N'yang panahon, doon na lang ako umaasa

Kung para ka talaga sa'kin,

Ibabalik ka N'ya.

At lahat ng pagtataka, ay papalitan N'ya ng tunay na saya

Pero sa panahong 'to na ikaw at ako ay Kanyang inaayos pa

Labag man sakin ang bumitaw, bibitawan kita

Hindi nga lang sa panalangin, kundi sa mga kamay N'ya

Kung ngayon ay hindi pa oras

Dahil hindi pa iisa ang nais na tahaking landas

Bahala na ang Bathala, dahil ayokong mabuhay tayo sa pangamba

Ayaw na kitang saktan pa

Mahal na mahal kita, 'wag mo sana 'yung pagdudahan

Hindi naman tayo nagkulang sa paglaban, ginawan naman natin ng paraan

Pero kung ikaw nga ang sa'ki'y nakalaan,

Ang Diyos na ang bahala na gumawa ng daan.

# Paglisan

### Nicz Rubia

Limang taon, sa maraming pagkakataon.
Sa hindi inaasahang sandali,
Nabihag ang puso sa matamis mong ngiti.
Iyong pagsulyap na hindi mawari,
Binigkas ang katagang ako ay tinatangi.
Ngunit teka, sandali,
Kita ang kurba ng lungkot sa aking labi.
Bakit tila may kirot na hindi maikubli?

Puso at isip, patuloy ang pagtatalo
Hindi maintindihan kung nasa tama pa ba ito
Naguguluhan, litung-lito,
Mga yakap na mahigpit, hindi naman totoo
Mga salitang "mahal kita", wala pala sa plano
Kapag nagmahal, masasaktan, 'yan ay sigurado.
Pero bakit ganito ang kapalarang natamo?
Sa laro ng pag-ibig, palagi na lang talo.

Ayaw pang bumitaw, ang hirap makawala

Kahit sa panaginip, ikaw ang nakikita

Bakit pa pinagtagpo, kung hindi naman itinadhana?

Kailangan ba munang masaktan bago maging malaya?

Kung sa gayo'y ako na lamang ang lilisan at magpaparaya,

Ito ay kailangan para ang puso'y maging payapa.

At kung sakali man na tayo'y muling magkita,

Sana ay nahilom na ang mga sugat na sariwa.

# Tagpuan

**Bella Gracela**

Naglalakad sa kawalan.
Sinasariwa ang magdamag na hawak ang iyong mga kamay.
Dati-rati ay naka-angkas pa sa iyong motorsiklo.
Ngayon tila ba'y mag-isang tinatahak ang mundo.

Umuuwi ng may galak sa puso.
Ikaw ba naman ay gumala kasama ang mahal mo.
Masayang tinititigan ang bituin sa gabi.
Komportable sapagkat ikaw ang aking katabi.

Ngunit ang lahat din ay may hangganan.
Ibabalik ang helmet at hahayaan kang lumisan.
Maghihintay kung kailan ka muling makikipagkita.
Sinabing sa makalawa, naghintay ngunit walang nagpakita.

Ngayon ako'y nasa ating tagpuan.

Nakikita ang mga nakaraang ibinaon mo na pala sa lupa.

Nagtataka kung bakit di ka na muling sumipot.

Nagtataka, bakit lumisan nang walang pahintulot?

# Diwata Sa Diwa

**W. J. Manares**

Nagsimula ito sa unang pagkakataon na nakita kitang hubad,

Isang pakiramdam para sa kalapating mababa ang lipad.

May tumutubo sa pinakagitna ng aking katawan,

Sa ibaba lang ng pusod ko, doon baga sa natatanging laman.

Nararamdaman ko ito tuwing gabi at kapag ako ay nag-iisa,

Napakatikas at napakahaba, puno ng pagnanasa.

Normal lang ba ako? Isang tanong sa aking isip,

Hanggang sa oras na ito ako yata'y nananaginip.

Maagang-maaga, bumangon ako mula sa aking higaan,

Gaya ng sinabi nila, ang libog ay hindi kayang pigilan.

Hawak ko ang matigas kong alaga at hinihimas hanggang sa lumipad,

Ang diwa ko patungo sa'yo, sa katawan ng diwata'y napadpad.

Ito ay isang tula lamang na nais kong ibahagi sa inyo,
Dahil sigurado ako, naranasan n'yo na rin ito!
Pakatandaan lagi na may diwatang naghihintay sa'yo,
Sa diwa mo, kahit ipalagay nating hindi totoo.

# Ano Na Ang Nangyari

### Jose

Naaalala mo pa ba ang pangakong walang iwanan
Na tayo pa rin hanggang dulo?
Pero bakit ngayo'y wala ka na sa piling ko?
Paano na ang pangarap natin sa isa't isa?
Wala nang mas tatamis pa sa iyong mga halik
At walang papantay sa pag-ibig mong hindi na maibalik

Ano na ang nangyari sa pangakong hindi mang-iiwan?
Tumutulo ang luha sa ating larawan
Biglang nag-iba ang ihip ng hangin
Bakit nag-iba ang iyong pagtingin?

Akala ko ba tayo'y walang hangganan
Ang sabi mo'y iaalay mo pa ang mga bituin
Pero bakit ngayo'y may kapiling kang iba?
Ano na ang nangyari sa ating dalawa?
Hanggang dito na lang ba talaga?
Wala na bang magagawa?
Wala na ba talaga? Wala na nga yata.

Bakit ka pa lumisan?
Hindi matanggap na ako'y iniwan
Ngayon ang puso ko'y naghihinagpis
Sa nabiting pag-ibig at iyong pag-alis

Ano na ang nangyari sa pangakong hindi mang-iiwan?
Hindi-hinding matanggap ang iyong paglisan
Wala na bang pag-asa ang pag-ibig natin?
Bakit nasa iba na ang iyong pagtingin?

# Magkalaguyo (Sa Lihim Na Tagpuan)

**Mawi**

Matapos ang isang linggo ng pakikipagbakbakan sa mga papeles sa opisina ay muli nang bumalik ang ngiti sa labi ni Lara. Biyernes na kasi at tapos na rin ang oras ng trabaho kaya malaya na siyang magpuyat at gawin ang mga nais niyang gawin nang walang inaalalang trabaho kinabukasan.

"Have a great weekend." Ito ang natanggap niyang mensahe sa telepono na halos kumiliti sa kanya bago niya paandarin ang sasakyan.

"Sure," bulong niya na animo'y kaharap niya nang mga oras na iyon ang nagpadala ng mensahe.

Mahaba rin ang naging byahe niya mula Maynila hanggang Tagaytay pero 'di niya iyon alintana. Ang mahalaga sa kanya ay kung bakit siya naroroon.

Nagmamadali siyang umibis ng sasakyan at halos lakad-takbo ang ginawang paghakbang patungo sa kuwartong kinuha nila. Hindi na siya makapaghintay na muling makasama si Ric.

Malinaw pa sa alaala niya ang gabing iyon nang makilala niya ang lalaki.

Limang taon na ang nakalilipas...

Bahay at trabaho na lang ang iniikutan ng buhay ni Lara kaya naman naisipan siyang isama ng mga kaibigan at katrabahong sina Leslie, Persia at Barbie sa isang bar para naman makapag-enjoy matapos ang stressful na linggong iyon sa opisina.

"Lara, baka gusto mong makipagkilala sa mga guys," udyok sa kanya ni Tyron, ang boyfriend ni Barbie.

"Oo nga naman, Lara. Para hindi ka naman ma-out of place," banat naman ni Persia na sinang-ayunan ng lahat. Sa kanila kasing magkakaibigan ay siya na lang ang nananatiling single pa rin. Kaya tuloy para siyang saling-pusa sa mga lakad o gimik nila. Tulad na lang sa gabing iyon.

Iniikot na lang niya ang kanyang paningin sa paligid nang magsimula na sa kaharutan ang mga kasama. Hindi naman na bago sa kanya ang makitang naghahalikan ang mga ito, pero hindi talaga siya komportable sa ganoong sitwasyon. Saktong papasok sa bar ang isang lalaking nakakunot-noo nang mapapaling siya sa entrance. Sinundan niya iyon ng tingin hanggang sa counter. Kinausap nito ang bartender na para bang may pagmamadali.

"Oh my!" Gumawi muli ang pansin niya sa mga kaibigan nang marinig ang irit ni Persia. Nakatingin ito sa lalaking pinagmamasdan niya kanina. "Gwapo noh," hirit pa nitong may kasama pang pagtaas-taas ng kilay.

Hindi niya iyon pinansin at uminom na lang ng iced tea hanggang sa pagtulungan siyang hilahin ng mga kaibigan papunta sa kinauupuan ng lalaki.

"Hi! Barbarra nga pala," nakangiting bati ng kaibigan sa lalaki at inilahad pa ang kamay rito. Hindi naman ito napahiya nang tanggapin ng lalaki ang kamay niya.

"Si Lara nga pala," pagpapakilala ni Persia sa kanya na may kasama pang pagtulak.

"Ric."

Nanlaki ang mata ng mga bakla nang kusang magpakilala sa kanya ang lalaki at ilahad ang kamay nito. Maging siya ay may kung anong kabang naramdaman habang nakatingin ito sa kanya. Wala na ang kaninang galit na natanaw niya sa mga mata nito.

"Uy, Lara," pukaw sa kanya ng mga kaibigan nang hindi agad siya nakakilos.

"Ah sorry," anya at tinanggap ang pakikipag-kamay nito. Napangiti ito.

"Enjoy!" 'Yun lang at iniwan na siya ng mga ito sa estrangherong lalaki. Mukha namang hindi ito gagawa ng masama pero hindi pa rin siya mapalagay sa kinauupuan.

"Don't worry, hindi ako masamang tao," saad nito.

"Alam ko."

Bigla na lang siyang nahiya sa nasabi. Napatango tuloy siya at parang gusto na niyang sampalin ang sarili sa lumabas sa bibig niya. Nag-angat lamang siya ng mukha ng marinig itong tumawa. Sa pangalawang pagkakataon ay natigilan siya habang nakatitig sa mukha ni Ric. Tila isa itong anghel sa mata niya ng mga oras na 'yon habang nakangiti at nakatitig din sa kanya.

***

Kinalma muna niya at inayos ang sarili bago buksan ang kwarto. At tulad ng nakasanayan, naabutan niya itong nakatayo sa may bintana ng kwarto habang may hawak na wine at tila ba nakatanaw sa kawalan.

Malayang bumagsak ang luha sa kanyang mata na agad din naman niyang pinahid ng kanyang kamay. Lumapit siya rito at niyakap mula sa likuran. "I missed you."

Kaagad na puminta sa labi ni Ric ang matamis nitong ngiti at hinawakan siya sa magkabilang pisngi. "I missed you too. Higit pa sa inaakala mo," anito at niyakap siya ng ubod-higpit.

Hindi na tuloy niya mapigilan ang pagtulo ng mga luha niya. Bakit ba kasi napakababaw ng luha niya?

Mapang-asar tuloy siyang pinagmasdan ni Ric. Kasiyahan 'ata ng lalaking ito ang makita s'yang umiiyak. Pero 'di rin ito nakatiis at niyakap s'yang muli at dinampian ng halik sa ulo.

"Bukas......"

Nanatili lang si Lara na nakasandig sa dibdib nito. Para bang binibiyak ang puso niya sa sobrang sakit niyon at pakiramdam niya'y babagsak siya anumang oras sa sobrang panghihina.

Ang buong akala niya'y handa na siya. Hindi pa pala. At kahit kailan siguro ay hindi siya magiging handa para sa araw na iyon.

Una pa lang naman nilang pagkikita ay nabanggit na ni Ric sa kanya ang pagpapakasal nito kay Serena. Isa umano iyong arranged marriage na pinlano ng mga magulang ng dal'wa. Iyon ang dahilan kung bakit madilim ang anyo nito n'ung una silang magkita sa bar.

Lumalabas-labas sina Serena at Ric upang magkakilanlan sila ng mabuti. Ngunit kasabay ng pagde-date nina Serena at Ric ay ang pag-usbong din ng pag-iibigan nilang dalawa. Pag-iibigang puputulin na nila oras na magtapos ang araw na 'yon.

"I love you, Lara," lumuluhang saad ni Ric. At kitang-kita niya ang lungkot at galit sa mga mata nito na pareho ng mga mata nito nung una n'ya itong mapagmasdan. "I love you..."

# Pangwakas Na Tula Ni W. J. Manares

### Hindi Lang Saging Ang May Puso

Hindi lang talaga saging,
Ang dapat na bigyang-pansin,
May isa pang may puso rin,
Pilipino kung tawagin.

# Nosibalasi

**W. J. Manares** (kusang-patnugot ng antolohiyang ito)
*Isang hindi-gaanong-kilalang Manunula't Manunulat. Siya ay lehitimong miyembro ng ika-7 na henerasyon ng Familia Araneta sa Pilipinas. Masaya siya sa kanyang bukod-tanging pamumuhay sa probinsiya ng Aklan - ang pinakamatandang lalawigan sa bansa. Siya lang naman ang may-akda ng mga aklat-Ukiyoto na, "Betlog", "Tanaga, Diyona... Dalit?", "Flashbacks of Flashforwards", "OTNEWUK", "Isa Sa Ilang Paraan", "Owa't Tawo", "Pusikit", "The Extracted", "Playing In Secret Solitude", "Ang Bulbul atbp." at "Poesy for Poseidon" (at marahil ay marami pang idadagdag sa listahan ng mga di-pangkaraniwang babasahin).*

**Mawi** *Itinuturing niyang tahanan ang mundo ng pagsusulat. Kapayapaan ito para sa kanya at challenge na rin sa kung paano niya ii-improve ang kanyang mga akda sa paglipas ng panahon. Elementarya pa lang ay nahilig na siya sa literatura at nagpatuloy nga ito hanggang sa subukan na niyang magsulat. Sa una ay may pag-aalinlangan sa kanyang kakayahan sa pagsusulat pero nagpatuloy pa rin siya. At ngayon nga ay meron na siyang ilang akda na published sa Ukiyoto Publishing at sa iba pang online platforms. At nais pa niyang makapagbahagi ng ilan pa sa mga mambabasa. Siya ang may-akda ng aklat-Ukiyoto na, "I Secretly Love You".*

**Jose** *Manunulat, mahilig umawit, at isang nilalang na naniniwala sa kapangyarihan ng pag-ibig; Iilan lamang ito sa kanyang mga katangiang taglay. Nagtapos siya sa Mapúa Malayan Colleges Laguna na may Komunikasyon na digri, na medyor sa Creative and Performing Arts. Mahilig siya lumikha sa pamamagitan ng pagsulat at pagmumuni-muni sa Ingles. Sa kanyang libreng oras, nag-e-enjoy siya sa isang kuwentong mahusay ang pagkakasulat, maging ito ay kanta, libro, serye, pelikula, o video game. Siya ay isa ring debotong Kristiyano.*

**Anj Orense** *Isang dating hopeless romantic, na ngayon ay hopeless na lang. Naniniwala sya na hindi kailanman natatalo ang taong pumiling magmahal ng todo kahit isang beses lang sa buhay na ito. Kasalukuyan, isa syang struggling copywriter sa ad agency sa umaga, at struggling baker at micro entrepreneur ng Totoo Pala Ang Pag-ibig Homemade Cookies sa gabi (oo, kasama ang "struggling" sa job title, dahil kakambal ng pagmamahal ang pagsusumikap...at sakit.) Sa ngayon, ang gusto nya lang ay makagawa ng tamang bagay.*

**DripDripDrop** *Nagsimula siyang magsulat noong nasa High School pa lamang siya. Ang pagsusulat ay naging paraan ng pagtakas niya sa masakit na realidad. "When something is all serious and never fun, ironically it's not worth taking seriously at all." Iyan ang motto ng kaibigan niya na naging pinakadahilan kung bakit siya nagsusulat.*

**Nicz Rubia** *Nagtapos sa kursong Batsilyer ng Elementaryang Pang-Edukasyon, siya ngayon ay lisensyadong guro na. Ngunit bago paman 'yan ay nagkaroon na siya ng karanasan na makapagturo sa lokal at internasyunal. Isa ding DJ sa radyo at alipin ng musiko. Siya ay kilala bilang si Nica. Sa murang kaisipan ay binihag na ng pagmamahal sa pagguhit at pagpinta. Ang pagtugtog ng pyano at gitara ay ang pangalawang pag-ibig niya. Kasabay ng pagkanta, maging pagsulat ng liriko ay nilagyan niya ng melodiya. At sa patuloy na pagdiskobre sa sarili, ang huling pag-ibig ay natagpuan sa mga aklat. Ito ay naging tulay para siya'y maging makatang manunulat.*

**Bella Gracela** *Isang manunulat at artisan ng mga pahayag na hindi kayang banggitin. High School pa lamang ay nagsimula nang mag-sulat ng iba't ibang uri ng tula. Sa kasalukuyan ay isang kolehiyo sa Baao Community College at patuloy pa rin ang pagtutuklas at pagbabahagi ng mga tula. Isa ding kontributor sa iba't ibang Antolohiya, at may akdang nakapaloob sa mga online platforms. Bente uno anyos at patuloy pa din ang pag-diskobre sa larangan ng pag-guhit at pag-pinta, isang traditional at digital artist. Sa pamamagitan ng pagsulat at pag-pinta ay kaniyang naibabahagi ang mga nais niyang ipabatid.*

**BlancNoir** *Baguhan sa pagsusulat, isang artist-wannabe, at gusto magkaroon ng sariling negosyo. Isa yan sa mga bagay na gusto niyang pagtuunan ng pansin at paglaanan ng oras. Hindi man nakapagtapos ng pag-aaral sa kolehiyo, isa siyang empleyado sa isang kumpanya bilang isang admin. Ang mga nais nya sa buhay ay umiikot sa mundo ng paglikha at kontribusyon. Mahalaga sa kaniya na siya ay patuloy na matuto sa mga bagay na makakatulong sa kaniyang pagtuklas sa kaniyang sarili bilang isang manlilikha. Bata pa lamang siya, alam na niya ang gusto niyang gawin sa buhay ngunit hindi lamang nabibigyan ng oportunidad. Kaya sa pagkakataong ito, ang pinakatanging layunin niya ay ang makamit ang self-actualization upang maabot niya ang kaniyang buong potensiyal bilang isang kontributor sa iba't-ibang larangan ng sining.*

www.ingramcontent.com/pod-product-compliance
Lightning Source LLC
LaVergne TN
LVHW041625070526
838199LV00052B/3241